Inhaltsverzeichnis

Vorwort

Seit 2007 leite ich Integrationskurse im Bereich „Deutsch als Zweitsprache“. Diese Erfahrung im Unterrichten hat mich zur Erstellung dieser Übungsmaterialien veranlasst.

Die Übungsmaterialien bieten Ihnen:

- einfachen Einsatz im Unterricht ohne aufwändige Vorbereitung
- maximale Beschäftigung der Schülerinnen und Schüler
- übersichtliche Darstellung des Lernstoffs
- klare Zuordnung von den Übungen zu den Lernschritten aus dem Posterpaket „DaZ fit: Die Modalverben“

Das vorliegende Material vermittelt mit den Modalverben einen wichtigen Teil der deutschen Sprache für eine sichere Kommunikation im Alltag. Es orientiert sich am Rahmencurriculum für Integrationskurse „Deutsch als Zweitsprache“ und bietet motivierende Aufgaben, die leicht verständlich und übersichtlich strukturiert sind. Somit sind die Materialien sowohl für den Einsatz in der Grundschule als auch in der Erwachsenenbildung geeignet.
Alle in den Kopiervorlagen enthaltenen Aufgaben basieren auf dem im Posterpaket dargestellten Beispielen und dessen Wortschatz und führen diesen sinnvoll fort. Das ermöglicht eine schnelle und problemlose Aneignung der Lerninhalte: vom Trainieren der Konjugationen bis hin zum Verfassen eigener Sätze.
Das Heft bietet also eine optimale Grundlage zum Erlernen der Modalverben.

Tipps für die Unterrichtspraxis:

- Im Unterricht sollten die Übungen vor allem nach Erklärungsphasen eingesetzt werden.
- Motivieren Sie Ihre Schülerinnen und Schüler zur Selbstkontrolle, indem sie die gelösten Aufgaben mit den Beispielen aus dem Posterpaket vergleichen.
- Die Schülerinnen und Schüler können danach paarweise ihre Ergebnisse besprechen bzw. vergleichen.
- Anschließend können die Ergebnisse gemeinsam in der Lerngruppe besprochen werden.

Ich wünsche Ihnen und Ihren Schülerinnen und Schülern viel Spaß und Erfolg mit diesen Übungsmaterialien!

Katharina Linnek

Modalverben

können

ich ____________________
du ____________________
er ____________________
sie ____________________
es ____________________
wir ____________________
ihr ____________________
sie ____________________

möchten

ich ____________________
du ____________________
er ____________________
sie ____________________
es ____________________
wir ____________________
ihr ____________________
sie ____________________

mögen

ich ____________________
du ____________________
er ____________________
sie ____________________
es ____________________
wir ____________________
ihr ____________________
sie ____________________

dürfen

ich ____________________
du ____________________
er ____________________
sie ____________________
es ____________________
wir ____________________
ihr ____________________
sie ____________________

wollen

ich ____________________
du ____________________
er ____________________
sie ____________________
es ____________________
wir ____________________
ihr ____________________
sie ____________________

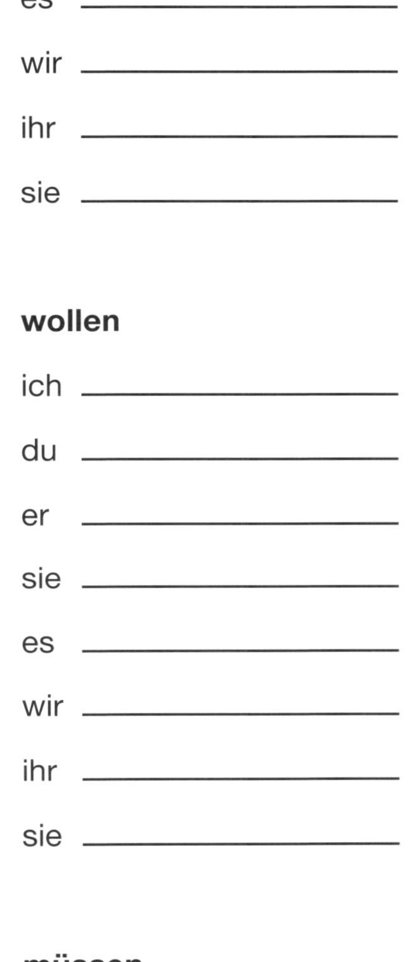

sollen

ich ____________________
du ____________________
er ____________________
sie ____________________
es ____________________
wir ____________________
ihr ____________________
sie ____________________

müssen

ich ____________________
du ____________________
er ____________________
sie ____________________
es ____________________
wir ____________________
ihr ____________________
sie ____________________

können

Modalverb → ... Verb (Infinitiv)

	Modalverb		Verb (Infinitiv)
Ich	________	Fußball	spielen.
Du	________	Fußball	spielen.
Er	________	Fußball	spielen.
Sie	________	Fußball	spielen.
Es	________	Fußball	spielen.
Wir	________	Fußball	spielen.
Ihr	________	Fußball	spielen.
Sie	________	Fußball	spielen.

ich ____________
du ____________

er ____________
sie ____________
es ____________

wir ____________
ihr ____________
sie ____________

Sie ____________

Ich ____________ schnell laufen.
Du ____________ schnell laufen.
Er ____________ schnell laufen.
Sie ____________ schnell laufen.
Es ____________ schnell laufen.

Wir ____________ schnell laufen.
Ihr ____________ schnell laufen.
Sie ____________ schnell laufen.

____________ Sie schnell laufen?

Ich ____________ gut singen.
Du ____________ gut singen.
Er ____________ gut singen.
Sie ____________ gut singen.
Es ____________ gut singen.

Wir ____________ gut singen.
Ihr ____________ gut singen.
Sie ____________ gut singen.

____________ Sie gut singen?

möchten

Modalverb — Verb (Infinitiv)

	Modalverb		Verb (Infinitiv)
Ich	______	nichts	essen.
Du	______	nichts	essen.
Er	______	nichts	essen.
Sie	______	nichts	essen.
Es	______	nichts	essen.
Wir	______	nichts	essen.
Ihr	______	nichts	essen.
Sie	______	nichts	essen.

ich ______

du ______

er ______

sie ______

es ______

wir ______

ihr ______

sie ______

Sie ______

Ich ______ hierbleiben.

Du ______ hierbleiben.

Er ______ hierbleiben.

Sie ______ hierbleiben.

Es ______ hierbleiben.

Wir ______ hierbleiben.

Ihr ______ hierbleiben.

Sie ______ hierbleiben.

Ich ______ hier sitzen.

Du ______ hier sitzen.

Er ______ hier sitzen.

Sie ______ hier sitzen.

Es ______ hier sitzen.

Wir ______ hier sitzen.

Ihr ______ hier sitzen.

Sie ______ hier sitzen.

______ Sie hierbleiben?

______ Sie hier sitzen?

mögen

ich __________

du __________

er __________

sie __________

es __________

wir __________

ihr __________

sie __________

Sie __________

Modalverb

Ich __________ Tomaten.

Du __________ Tomaten.

Er __________ Tomaten.

Sie __________ Tomaten.

Es __________ Tomaten.

Wir __________ Tomaten.

Ihr __________ Tomaten.

Sie __________ Tomaten.

Ich __________ Paprika.

Du __________ Paprika.

Er __________ Paprika.

Sie __________ Paprika.

Es __________ Paprika.

Wir __________ Paprika.

Ihr __________ Paprika.

Sie __________ Paprika.

__________ Sie Paprika?

Ich __________ keine Kiwi.

Du __________ keine Kiwi.

Er __________ keine Kiwi.

Sie __________ keine Kiwi.

Es __________ keine Kiwi.

Wir __________ keine Kiwi.

Ihr __________ keine Kiwi.

Sie __________ keine Kiwi.

__________ Sie keine Kiwi?

dürfen

	Modalverb		Verb (Infinitiv)
Ich	___	hier	telefonieren.
Du	___	hier	telefonieren.
Er	___	hier	telefonieren.
Sie	___	hier	telefonieren.
Es	___	hier	telefonieren.
Wir	___	hier	telefonieren.
Ihr	___	hier	telefonieren.
Sie	___	hier	telefonieren.

ich ___
du ___
er ___
sie ___
es ___

wir ___
ihr ___
sie ___

Sie ___

Ich ___ hier Fahrrad fahren.
Du ___ hier Fahrrad fahren.
Er ___ hier Fahrrad fahren.
Sie ___ hier Fahrrad fahren.
Es ___ hier Fahrrad fahren.

Wir ___ hier Fahrrad fahren.
Ihr ___ hier Fahrrad fahren.
Sie ___ hier Fahrrad fahren.

___ Sie hier Fahrrad fahren?

Ich ___ hier nicht rennen.
Du ___ hier nicht rennen.
Er ___ hier nicht rennen.
Sie ___ hier nicht rennen.
Es ___ hier nicht rennen.

Wir ___ hier nicht rennen.
Ihr ___ hier nicht rennen.
Sie ___ hier nicht rennen.

___ Sie hier nicht rennen?

wollen

	Modalverb		Verb (Infinitiv)
Ich	______	Volleyball	spielen.
Du	______	Volleyball	spielen.
Er	______	Volleyball	spielen.
Sie	______	Volleyball	spielen.
Es	______	Volleyball	spielen.
Wir	______	Volleyball	spielen.
Ihr	______	Volleyball	spielen.
Sie	______	Volleyball	spielen.

ich ______
du ______
er ______
sie ______
es ______

wir ______
ihr ______
sie ______

Sie ______

Ich ______ ins Kino gehen.
Du ______ ins Kino gehen.
Er ______ ins Kino gehen.
Sie ______ ins Kino gehen.
Es ______ ins Kino gehen.

Wir ______ ins Kino gehen.
Ihr ______ ins Kino gehen.
Sie ______ ins Kino gehen.

Ich ______ in die Stadt fahren.
Du ______ in die Stadt fahren.
Er ______ in die Stadt fahren.
Sie ______ in die Stadt fahren.
Es ______ in die Stadt fahren.

Wir ______ in die Stadt fahren.
Ihr ______ in die Stadt fahren.
Sie ______ in die Stadt fahren.

______ Sie ins Kino gehen?

______ Sie in die Stadt fahren?

sollen

ich ______________
du ______________
er ______________
sie ______________
es ______________
wir ______________
ihr ______________
sie ______________
Sie ______________

	Modalverb		Verb (Infinitiv)
Ich	______	viel	lernen.
Du	______	viel	lernen.
Er	______	viel	lernen.
Sie	______	viel	lernen.
Es	______	viel	lernen.
Wir	______	viel	lernen.
Ihr	______	viel	lernen.
Sie	______	viel	lernen.

Ich ______________ morgen kommen.
Du ______________ morgen kommen.
Er ______________ morgen kommen.
Sie ______________ morgen kommen.
Es ______________ morgen kommen.

Wir ______________ morgen kommen.
Ihr ______________ morgen kommen.
Sie ______________ morgen kommen.

______________ Sie morgen kommen?

Ich ______________ pünktlich sein.
Du ______________ pünktlich sein.
Er ______________ pünktlich sein.
Sie ______________ pünktlich sein.
Es ______________ pünktlich sein.

Wir ______________ pünktlich sein.
Ihr ______________ pünktlich sein.
Sie ______________ pünktlich sein.

______________ Sie pünktlich sein?

müssen

Modalverb → Verb (Infinitiv)

	Modalverb		Verb (Infinitiv)
Ich	______	mich	beeilen.
Du	______	dich	beeilen.
Er	______	sich	beeilen.
Sie	______	sich	beeilen.
Es	______	sich	beeilen.
Wir	______	uns	beeilen.
Ihr	______	euch	beeilen.
Sie	______	sich	beeilen.

ich ______

du ______

er ______

sie ______

es ______

wir ______

ihr ______

sie ______

Sie ______

Ich ______ zum Bahnhof gehen.

Du ______ zum Bahnhof gehen.

Er ______ zum Bahnhof gehen.

Sie ______ zum Bahnhof gehen.

Es ______ zum Bahnhof gehen.

Wir ______ zum Bahnhof gehen.

Ihr ______ zum Bahnhof gehen.

Sie ______ zum Bahnhof gehen.

______ Sie zum Bahnhof gehen?

Ich ______ viel lesen.

Du ______ viel lesen.

Er ______ viel lesen.

Sie ______ viel lesen.

Es ______ viel lesen.

Wir ______ viel lesen.

Ihr ______ viel lesen.

Sie ______ viel lesen.

______ Sie viel lesen?

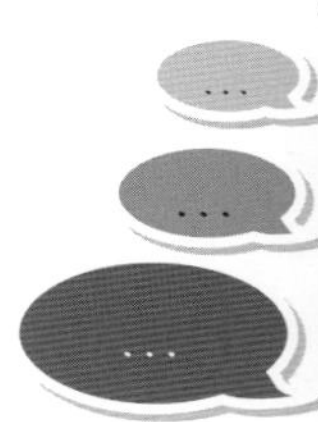

können

Ich ______________________ tanzen.

Du ______________________ tanzen.

Er ______________________ tanzen.

Sie ______________________ tanzen.

Es ______________________ tanzen.

Wir ______________________ tanzen.

Ihr ______________________ tanzen.

Sie ______________________ tanzen.

Ich ______________________ Klavier spielen.

Ihr ______________________ Klavier spielen.

Du ______________________ Klavier spielen.

Er ______________________ Klavier spielen.

Wir ______________________ Klavier spielen.

Sie ______________________ Klavier spielen.

Es ______________________ Klavier spielen.

Sie ______________________ Klavier spielen.

Du ______________________ kochen.

Er ______________________ kochen.

Wir ______________________ kochen.

Sie ______________________ kochen.

Ich ______________________ kochen.

Sie ______________________ kochen.

Es ______________________ kochen.

Ihr ______________________ kochen.

Wir ______________________ Tennis spielen.

Er ______________________ Tennis spielen.

Ich ______________________ Tennis spielen.

Sie ______________________ Tennis spielen.

Du ______________________ Tennis spielen.

Sie ______________________ Tennis spielen.

Es ______________________ Tennis spielen.

Ihr ______________________ Tennis spielen.

Er ________________ viele Sprachen sprechen.

Du ________________ viele Sprachen sprechen.

Ihr ________________ viele Sprachen sprechen.

Ich ________________ viele Sprachen sprechen.

Sie ________________ viele Sprachen sprechen.

Wir ________________ viele Sprachen sprechen.

Es ________________ viele Sprachen sprechen.

Sie ________________ viele Sprachen sprechen.

möchten

Ich ______________ nach Berlin fahren.

Du ______________ nach Berlin fahren.

Er ______________ nach Berlin fahren.

Sie ______________ nach Berlin fahren.

Es ______________ nach Berlin fahren.

Wir ______________ nach Berlin fahren.

Ihr ______________ nach Berlin fahren.

Sie ______________ nach Berlin fahren.

Ich ______________ neue Freunde finden.

Es ______________ neue Freunde finden.

Ihr ______________ neue Freunde finden.

Sie ______________ neue Freunde finden.

Er ______________ neue Freunde finden.

Sie ______________ neue Freunde finden.

Du ______________ neue Freunde finden.

Wir ______________ neue Freunde finden.

Er ______________ spazieren gehen.

Ihr ______________ spazieren gehen.

Sie ______________ spazieren gehen.

Es ______________ spazieren gehen.

Sie ______________ spazieren gehen.

Du ______________ spazieren gehen.

Wir ______________ spazieren gehen.

Ich ______________ spazieren gehen.

Ihr ______________ Italienisch lernen.

Sie ______________ Italienisch lernen.

Wir ______________ Italienisch lernen.

Es ______________ Italienisch lernen.

Ich ______________ Italienisch lernen.

Er ______________ Italienisch lernen.

Sie ______________ Italienisch lernen.

Du ______________ Italienisch lernen.

Sie ______________ Geburtstag feiern.

Ich ______________ Geburtstag feiern.

Wir ______________ Geburtstag feiern.

Er ______________ Geburtstag feiern.

Ihr ______________ Geburtstag feiern.

Es ______________ Geburtstag feiern.

Du ______________ Geburtstag feiern.

Sie ______________ Geburtstag feiern.

mögen

Ich ______________ spannende Filme.
Du ______________ spannende Filme.
Er ______________ spannende Filme.
Sie ______________ spannende Filme.
Es ______________ spannende Filme.
Wir ______________ spannende Filme.
Ihr ______________ spannende Filme.
Sie ______________ spannende Filme.

Er ______________ das Auto.
Wir ______________ das Auto.
Sie ______________ das Auto.
Es ______________ das Auto.
Sie ______________ das Auto.
Ihr ______________ das Auto.
Du ______________ das Auto.
Ich ______________ das Auto.

Sie ______________ diese Hausaufgabe.
Du ______________ diese Hausaufgabe.
Sie ______________ diese Hausaufgabe.
Ich ______________ diese Hausaufgabe.
Er ______________ diese Hausaufgabe.
Wir ______________ diese Hausaufgabe.
Ihr ______________ diese Hausaufgabe.
Es ______________ diese Hausaufgabe.

Ich ______________ Hunde.
Sie ______________ Hunde.
Du ______________ Hunde.
Sie ______________ Hunde.
Er ______________ Hunde.
Wir ______________ Hunde.
Es ______________ Hunde.
Ihr ______________ Hunde.

Ich ______________ Tiere.
Sie ______________ Tiere.
Ihr ______________ Tiere.
Er ______________ Tiere.
Wir ______________ Tiere.
Es ______________ Tiere.
Du ______________ Tiere.
Sie ______________ Tiere.

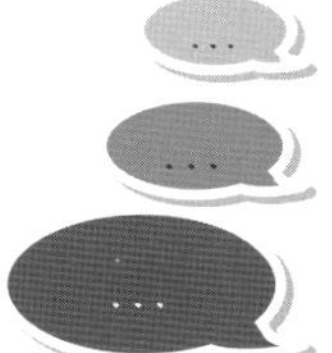

dürfen

Ich ________________ Schokolade essen.
Du ________________ Schokolade essen.
Er ________________ Schokolade essen.
Sie ________________ Schokolade essen.
Es ________________ Schokolade essen.
Wir ________________ Schokolade essen.
Ihr ________________ Schokolade essen.
Sie ________________ Schokolade essen.

Ich ________________ jetzt laut sein.
Es ________________ jetzt laut sein.
Du ________________ jetzt laut sein.
Sie ________________ jetzt laut sein.
Wir ________________ jetzt laut sein.
Er ________________ jetzt laut sein.
Ihr ________________ jetzt laut sein.
Sie ________________ jetzt laut sein.

Ihr ______________ heute ins Kino gehen.
Er ______________ heute ins Kino gehen.
Sie ______________ heute ins Kino gehen.
Ich ______________ heute ins Kino gehen.
Sie ______________ heute ins Kino gehen.
Wir ______________ heute ins Kino gehen.
Es ______________ heute ins Kino gehen.
Du ______________ heute ins Kino gehen.

Es ______________ jetzt nach Hause gehen.
Sie ______________ jetzt nach Hause gehen.
Du ______________ jetzt nach Hause gehen.
Ihr ______________ jetzt nach Hause gehen.
Er ______________ jetzt nach Hause gehen.
Wir ______________ jetzt nach Hause gehen.
Sie ______________ jetzt nach Hause gehen.
Ich ______________ jetzt nach Hause gehen.

Wir ______________ vorbeikommen.
Du ______________ vorbeikommen.
Sie ______________ vorbeikommen.
Ich ______________ vorbeikommen.
Ihr ______________ vorbeikommen.
Er ______________ vorbeikommen.
Es ______________ vorbeikommen.
Sie ______________ vorbeikommen.

wollen

Ich ______________ nach Köln fahren.
Du ______________ nach Köln fahren.
Er ______________ nach Köln fahren.
Sie ______________ nach Köln fahren.
Es ______________ nach Köln fahren.
Wir ______________ nach Köln fahren.
Ihr ______________ nach Köln fahren.
Sie ______________ nach Köln fahren.

Es ______________ in den Urlaub fahren.
Wir ______________ in den Urlaub fahren.
Er ______________ in den Urlaub fahren.
Ich ______________ in den Urlaub fahren.
Sie ______________ in den Urlaub fahren.
Ihr ______________ in den Urlaub fahren.
Du ______________ in den Urlaub fahren.
Sie ______________ in den Urlaub fahren.

Sie ______________ diese Jacke kaufen.
Er ______________ diese Jacke kaufen.
Du ______________ diese Jacke kaufen.
Sie ______________ diese Jacke kaufen.
Es ______________ diese Jacke kaufen.
Wir ______________ diese Jacke kaufen.
Ihr ______________ diese Jacke kaufen.
Ich ______________ diese Jacke kaufen.

Er ______________ Kekse essen.
Es ______________ Kekse essen.
Wir ______________ Kekse essen.
Sie ______________ Kekse essen.
Ihr ______________ Kekse essen.
Ich ______________ Kekse essen.
Du ______________ Kekse essen.
Sie ______________ Kekse essen.

Ich ______________ nicht stören.
Sie ______________ nicht stören.
Ihr ______________ nicht stören.
Er ______________ nicht stören.
Es ______________ nicht stören.
Wir ______________ nicht stören.
Sie ______________ nicht stören.
Du ______________ nicht stören.

sollen

Ich ______________ hier warten.

Du ______________ hier warten.

Er ______________ hier warten.

Sie ______________ hier warten.

Es ______________ hier warten.

Wir ______________ hier warten.

Ihr ______________ hier warten.

Sie ______________ hier warten.

Wir ______________ Sport machen.

Sie ______________ Sport machen.

Er ______________ Sport machen.

Du ______________ Sport machen.

Es ______________ Sport machen.

Ich ______________ Sport machen.

Ihr ______________ Sport machen.

Sie ______________ Sport machen.

Es ______________ viel Wasser trinken.

Ihr ______________ viel Wasser trinken.

Ich ______________ viel Wasser trinken.

Sie ______________ viel Wasser trinken.

Du ______________ viel Wasser trinken.

Er ______________ viel Wasser trinken.

Sie ______________ viel Wasser trinken.

Wir ______________ viel Wasser trinken.

Er ______________ oft spazieren gehen.

Sie ______________ oft spazieren gehen.

Ihr ______________ oft spazieren gehen.

Sie ______________ oft spazieren gehen.

Wir ______________ oft spazieren gehen.

Ich ______________ oft spazieren gehen.

Es ______________ oft spazieren gehen.

Du ______________ oft spazieren gehen.

Sie ______________ Kuchen mitbringen.

Ihr ______________ Kuchen mitbringen.

Ich ______________ Kuchen mitbringen.

Du ______________ Kuchen mitbringen.

Er ______________ Kuchen mitbringen.

Sie ______________ Kuchen mitbringen.

Wir ______________ Kuchen mitbringen.

Es ______________ Kuchen mitbringen.

müssen

Ich ________________ hier langsam fahren.

Du ________________ hier langsam fahren.

Er ________________ hier langsam fahren.

Sie ________________ hier langsam fahren.

Es ________________ hier langsam fahren.

Wir ________________ hier langsam fahren.

Ihr ________________ hier langsam fahren.

Sie ________________ hier langsam fahren.

Sie ________________ in die Stadt laufen.

Es ________________ in die Stadt laufen.

Ihr ________________ in die Stadt laufen.

Du ________________ in die Stadt laufen.

Er ________________ in die Stadt laufen.

Wir ________________ in die Stadt laufen.

Sie ________________ in die Stadt laufen.

Ich ________________ in die Stadt laufen.

Ich ________________ viele Hausaufgaben machen.

Ihr ________________ viele Hausaufgaben machen.

Sie ________________ viele Hausaufgaben machen.

Du ________________ viele Hausaufgaben machen.

Er ________________ viele Hausaufgaben machen.

Wir ________________ viele Hausaufgaben machen.

Sie ________________ viele Hausaufgaben machen.

Es ________________ viele Hausaufgaben machen.

Du ________________ jetzt losgehen.

Sie ________________ jetzt losgehen.

Er ________________ jetzt losgehen.

Es ________________ jetzt losgehen.

Wir ________________ jetzt losgehen.

Ich ________________ jetzt losgehen.

Sie ________________ jetzt losgehen.

Ihr ________________ jetzt losgehen.

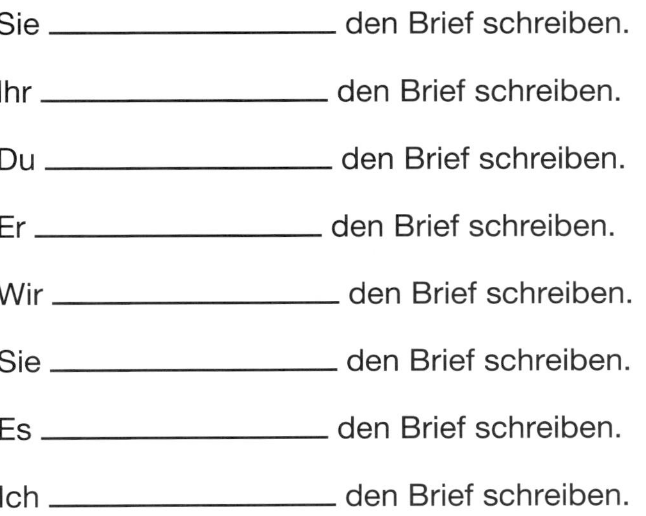

Sie ________________ den Brief schreiben.

Ihr ________________ den Brief schreiben.

Du ________________ den Brief schreiben.

Er ________________ den Brief schreiben.

Wir ________________ den Brief schreiben.

Sie ________________ den Brief schreiben.

Es ________________ den Brief schreiben.

Ich ________________ den Brief schreiben.

können

Deutsch sprechen

Ich ______ ______ ______ .

Du ______ ______ ______ .

Er ______ ______ ______ .

Sie ______ ______ ______ .

Es ______ ______ ______ .

Wir ______ ______ ______ .

Ihr ______ ______ ______ .

Sie ______ ______ ______ .

schwimmen

Er ______ ______ .

Es ______ ______ .

Sie ______ ______ .

Wir ______ ______ .

Sie ______ ______ .

Du ______ ______ .

Ich ______ ______ .

Ihr ______ ______ .

helfen

Du ______ ______ .

Sie ______ ______ .

Ihr ______ ______ .

Sie ______ ______ .

Es ______ ______ .

Er ______ ______ .

Ich ______ ______ .

Wir ______ ______ .

möchten

Fahrrad fahren

Ich ______________ ______________ ______________ .

Du ______________ ______________ ______________ .

Er ______________ ______________ ______________ .

Sie ______________ ______________ ______________ .

Es ______________ ______________ ______________ .

Wir ______________ ______________ ______________ .

Ihr ______________ ______________ ______________ .

Sie ______________ ______________ ______________ .

ein Geschenk finden

Sie ______________ ______________ ______________ ______________ .

Ich ______________ ______________ ______________ ______________ .

Er ______________ ______________ ______________ ______________ .

Wir ______________ ______________ ______________ ______________ .

Sie ______________ ______________ ______________ ______________ .

Ihr ______________ ______________ ______________ ______________ .

Du ______________ ______________ ______________ ______________ .

Es ______________ ______________ ______________ ______________ .

Wasser trinken

Es ______________ ______________ ______________ .

Du ______________ ______________ ______________ .

Sie ______________ ______________ ______________ .

Wir ______________ ______________ ______________ .

Ich ______________ ______________ ______________ .

Sie ______________ ______________ ______________ .

Ihr ______________ ______________ ______________ .

Er ______________ ______________ ______________ .

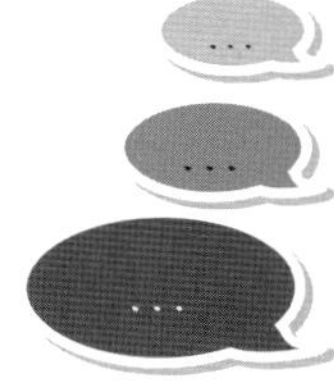

Gemüse

Ich ______________________ ______________________ .

Du ______________________ ______________________ .

Er ______________________ ______________________ .

Sie ______________________ ______________________ .

Es ______________________ ______________________ .

Wir ______________________ ______________________ .

Ihr ______________________ ______________________ .

Sie ______________________ ______________________ .

den Lehrer

Du ______________________ ____________ ______________________ .

Sie ______________________ ____________ ______________________ .

Ihr ______________________ ____________ ______________________ .

Sie ______________________ ____________ ______________________ .

Er ______________________ ____________ ______________________ .

Es ______________________ ____________ ______________________ .

Wir ______________________ ____________ ______________________ .

Ich ______________________ ____________ ______________________ .

keinen Tee

Es ______________________ ______________________ ______________________ .

Ich ______________________ ______________________ ______________________ .

Sie ______________________ ______________________ ______________________ .

Wir ______________________ ______________________ ______________________ .

Sie ______________________ ______________________ ______________________ .

Ihr ______________________ ______________________ ______________________ .

Er ______________________ ______________________ ______________________ .

Du ______________________ ______________________ ______________________ .

dürfen

spielen

Ich ______ ______ .

Du ______ ______ .

Er ______ ______ .

Sie ______ ______ .

Es ______ ______ .

Wir ______ ______ .

Ihr ______ ______ .

Sie ______ ______ .

das nicht sagen

Sie ______ ______ ______ ______ .

Ihr ______ ______ ______ ______ .

Sie ______ ______ ______ ______ .

Ich ______ ______ ______ ______ .

Du ______ ______ ______ ______ .

Wir ______ ______ ______ ______ .

Es ______ ______ ______ ______ .

Er ______ ______ ______ ______ .

morgen zelten

Sie ______ ______ ______ .

Wir ______ ______ ______ .

Er ______ ______ ______ .

Ich ______ ______ ______ .

Sie ______ ______ ______ .

Du ______ ______ ______ .

Es ______ ______ ______ .

Ihr ______ ______ ______ .

wollen

nicht ins Bett gehen

Sie ______ ______ ______ ______ ______.

Ich ______ ______ ______ ______ ______.

Ihr ______ ______ ______ ______ ______.

Sie ______ ______ ______ ______ ______.

Wir ______ ______ ______ ______ ______.

Du ______ ______ ______ ______ ______.

Es ______ ______ ______ ______ ______.

Er ______ ______ ______ ______ ______.

ein Stück Kuchen essen

Ihr ______ ______ ______ ______ ______.

Es ______ ______ ______ ______ ______.

Du ______ ______ ______ ______ ______.

Sie ______ ______ ______ ______ ______.

Sie ______ ______ ______ ______ ______.

Ich ______ ______ ______ ______ ______.

Er ______ ______ ______ ______ ______.

Wir ______ ______ ______ ______ ______.

ans Meer fahren

Ich ______ ______ ______ ______.

Du ______ ______ ______ ______.

Er ______ ______ ______ ______.

Sie ______ ______ ______ ______.

Es ______ ______ ______ ______.

Wir ______ ______ ______ ______.

Ihr ______ ______ ______ ______.

Sie ______ ______ ______ ______.

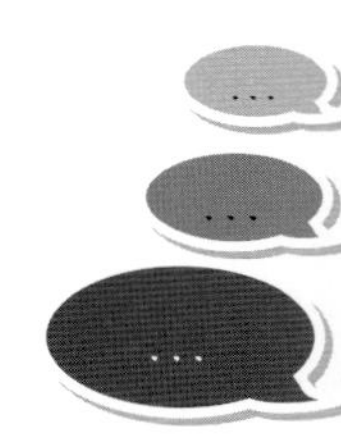

einkaufen gehen

Ich ______ ______ ______ .

Du ______ ______ ______ .

Er ______ ______ ______ .

Sie ______ ______ ______ .

Es ______ ______ ______ .

Wir ______ ______ ______ .

Ihr ______ ______ ______ .

Sie ______ ______ ______ .

früh da sein

Sie ______ ______ ______ ______ .

Es ______ ______ ______ ______ .

Ich ______ ______ ______ ______ .

Er ______ ______ ______ ______ .

Ihr ______ ______ ______ ______ .

Sie ______ ______ ______ ______ .

Wir ______ ______ ______ ______ .

Du ______ ______ ______ ______ .

ehrlich sein

Ich ______ ______ ______ .

Ihr ______ ______ ______ .

Sie ______ ______ ______ .

Es ______ ______ ______ .

Wir ______ ______ ______ .

Sie ______ ______ ______ .

Er ______ ______ ______ .

Du ______ ______ ______ .

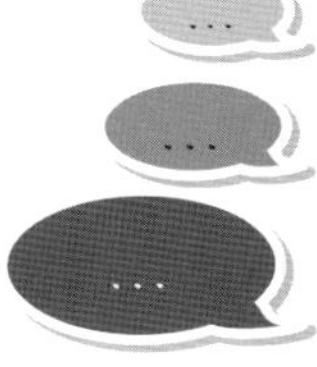

müssen

das heute machen

Du ______ ______ ______ ______ .

Sie ______ ______ ______ ______ .

Wir ______ ______ ______ ______ .

Sie ______ ______ ______ ______ .

Ich ______ ______ ______ ______ .

Er ______ ______ ______ ______ .

Es ______ ______ ______ ______ .

Ihr ______ ______ ______ ______ .

zum Arzt gehen

Ihr ______ ______ ______ ______ .

Sie ______ ______ ______ ______ .

Du ______ ______ ______ ______ .

Sie ______ ______ ______ ______ .

Es ______ ______ ______ ______ .

Wir ______ ______ ______ ______ .

Er ______ ______ ______ ______ .

Ich ______ ______ ______ ______ .

früh aufstehen

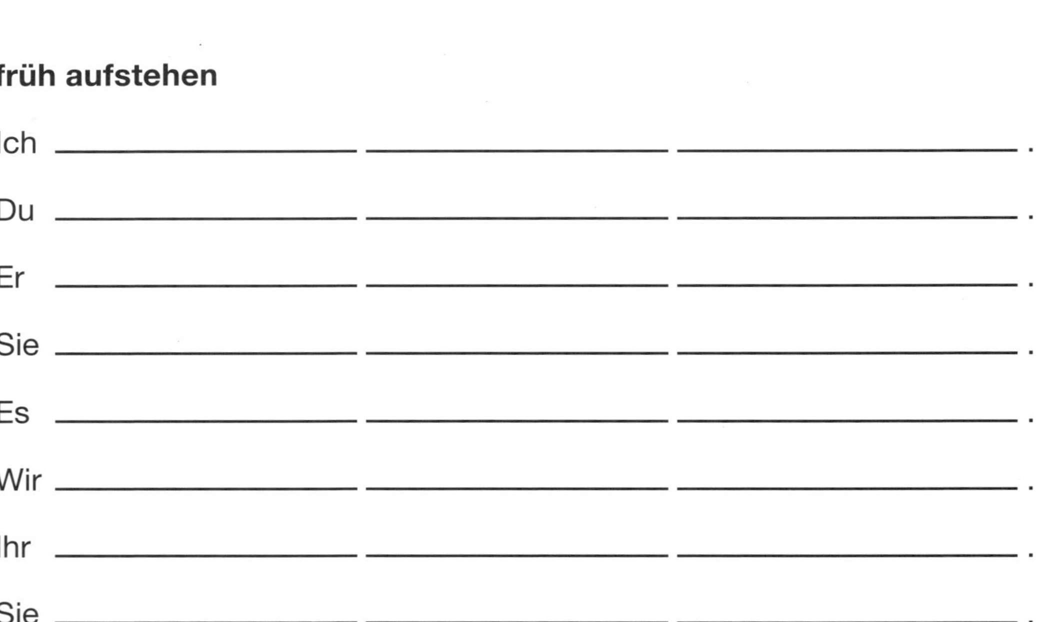

Ich ______ ______ ______ .

Du ______ ______ ______ .

Er ______ ______ ______ .

Sie ______ ______ ______ .

Es ______ ______ ______ .

Wir ______ ______ ______ .

Ihr ______ ______ ______ .

Sie ______ ______ ______ .

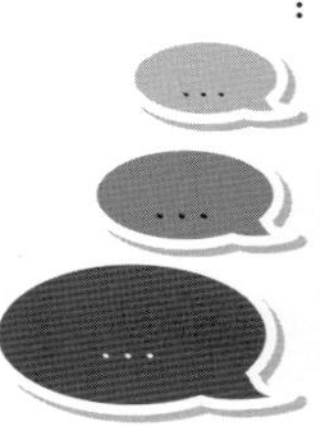